thơ ngũ/thất vương ngọc minh

thơ ngũ/thất vương ngọc minh

Ký họa tác giả: Ngô Vương Toại
Ảnh bìa: copy trên internet
Tranh phụ bản: Vương Ngọc Minh

Lập bìa & Dàn trang: Lê Giang Trần
SỐNG Publishing phụ trách in

Tác giả phát hành lần thứ nhất tại Hoa Kỳ, 2025
ISBN # 979-8-3304-4635-3

VƯƠNG NGỌC MINH

thơ ngũ/thất
vương ngọc minh

thi tập

SỐNG Publishing - 2025

LỜI TỰA

Thơ Ngũ / Thất Vương Ngọc Minh, Tiếng Vọng Của Một Thế Hệ Mất Quê Hương

Lâm Thị Bích Phượng

Tập *"Thơ Ngũ / Thất Vương Ngọc Minh"* là một sáng tác nặng trĩu suy tư và ám ảnh, phản ánh bi kịch lịch sử, thân phận con người và sự lạc loài của những kẻ lưu vong sau biến cố đất nước. Thơ không dễ đọc, không theo cấu trúc truyền thống, nhưng lại gợi mở nhiều tầng nghĩa sâu sắc qua ngôn từ phá cách, hình ảnh liên tưởng siêu thực và ngữ khí day dứt.

Thân phận người ra đi

Tập *Thơ Ngũ / Thất* không chỉ là câu chuyện về một cá nhân vượt biên mà còn là biểu tượng cho những phận người bị ruồng bỏ, dồn đẩy tới đường cùng. Họ là những *"cái bóng"* bị bỏ lại sau cuộc đổi thay, phải *"bưng bùa mộng"* mà đi, mang theo ảo vọng, ký ức, và cả nỗi tuyệt vọng.

Tập thơ ở đây không phải là mộng đẹp, mà là mộng gượng, mộng mê, như thứ phép mầu đã hỏng. Nỗi sầu chi chít – như rễ gai – cắm sâu trong tâm hồn những kẻ lưu lạc.

Hiện thực hỗn độn, ngôn ngữ vỡ vụn

Cả tập thơ là một dòng chảy của những câu chữ rối ren, như chính tâm trí và hiện thực hỗn loạn mà nhân vật trữ tình đang sống trong đó. Những hình ảnh gợi một thế giới vẩn đục, nơi người ta cố *"khêu đèn"* giữa tối tăm, bấu víu lấy chữ nghĩa như một cách để sống còn. Nhưng cuối cùng, chữ lại chỉ để... *"thổi kèn đưa ma"* – tiễn đưa những hy vọng, giấc mơ đã chết.

Tập thơ mang nặng màu sắc sử thi cá nhân, khi lịch sử không còn là những con số, mà là cả dòng chảy lịch sử khách quan, là những trận "xí xồ" hỗn loạn, những diễn từ rỗng tuếch, thậm chí bị *"động vật hóa"* đầy châm biếm. Thời gian trong thơ Vương Ngọc Minh là thứ rối rắm, méo mó, nơi con người bị chôn vùi giữa những trò chơi của quyền lực.

Tác giả chạm đến thực trạng chính trị trong dòng thơ "Dân chủ và độc tài" trở thành hai mặt méo mó của cùng một đồng xu, tất cả chỉ là khẩu hiệu (*"loa loa"*), là bữa tiệc dọn sẵn cho *"ai lòa?"* những kẻ không đủ tỉnh táo để nhận ra sự thật. Đây là lời mỉa mai sâu cay về cả chế độ, lẫn ảo tưởng *"giải hòa"* nơi cộng đồng người Việt lưu vong.

Thơ của một người không còn đất đứng

Người Thơ Vương Ngọc Minh dường như không mong gì vào sự công nhận, hay "quy mô" của bất kỳ sự cứu rỗi nào. Thơ trở thành nơi duy nhất để kêu lên, để tồn tại, và để "thổi phồng" nỗi đau không thể nói thành lời khác.

Kết.

Là một tập thơ dữ dội, đau đáu và thấm đẫm tính hiện sinh. Ở đó, không chỉ là tiếng nói của một người vượt biên, mà là tiếng vọng của một thế hệ mất quê hương, mất niềm tin, mất chỗ đứng trong dòng chảy lịch sử.

Ngôn ngữ của Vương Ngọc Minh phức tạp, giàu tính nhị trùng và phá cấu trúc, đòi hỏi người đọc phải *cảm* nhiều hơn *hiểu*.

Lâm Thị Bích Phượng

Nhà Thơ Vương Ngọc Minh

THI TẬP ĐÃ PHÁT HÀNH:

- *Mở chữ*, thơ Tân Hình Thức, 2016.
- *Thơ Song Thất Lục Bát*, nhà XB Ngoài Giờ, Việt Nam, 2021.
- *kẻ đào tẩu nói mớ trong tình trường*, Sống mới, 2022.
- *không như quỉ thần, tôi sống lúc nào cũng lộ diện*, Sống Mới, 2022.
- *cầu cơ trên cánh đồng chữ*, Sống Mới, 2023.
- *Thơ Ngũ / Thất Vương Ngọc Minh*, Sống Publishing 2025

Tranh Vương Ngọc Minh

tôi,

đứng, đổ xuống cấp kì
cứ liên miên-phải tì vô mơ
mày mặt có căn cơ
của mảnh sầu-bệ thờ hoang liêu

mọi chuyện giống bao chiều
ất ơ, tôi nói điêu "rù rù"
dựng, nào là kiếp tu
nào các mối thâm thù, thương vay..

..không ai ưa dông dài
tôi vấy màu nọ nay khắp người
chẳng gì-cốt giả ngươi
để lòng những khóc/cười, nghiến răng..

chẳng khựng lại, mà rằng
còn thích thú nắm, căng dây dò..
trước ồn ào chiêu trò
hễ la-tôi la to cực kì..

nom đường về lâm li
chắp tay lạy, tôi tì lên hương
hai kẽ răng khôn lường
nhơi nhơi-hừ hừ, tương ảnh bào..

áp miệng tuyền cháo, rau
bối rối nhưng vẫn chào nghiêm trang..
nhang đèn dưới đạo tràng
tôi thắp có lớp lang hẳn hòi..

khung cảnh sống, phía sau lưng.

tặng thường quán.

tôi sống ngoài đường chân
trời/với các quỉ thần vây quanh
dưới mậy nhiều khúc quành
ngã rẽ, chẻ ra nghành/ngọn-mơ
được nuôi nấng từ cờ
vàng, ba sọc đỏ thơ mọc mầm..

giờ già lão bê mâm
những con còng gió ầm ỉ rên..
..một thời gian cực rền
tôi còn biết, ngó lên tầng trời
(đọc dostoevsky
với woody allen) đứng, ngồi..

kể cả đang đi, rồi
luôn khiến "everything.." mơ hồ
go to hell" bất đồ
hình ảnh về "tam vô" lầm lì
tôi rơi vào lâm li
bi đát liên miên thì éo le..

dụng triết lí ngang phè
thậm chí hội họa đè nhân gian
và vẽ về "lan man
to be kind" lớp lang lũ còng
chúng mong mõi chạy vòng
bàn thiêng, tuy nhiên trong đoạn trường

muốn nhắc tôi-vô thường
mọi người-yah, chỉ hương trên đời
rồi phai tàn, tả tơi
mỗi số mệnh ông trời định, phân
tỉ như: muốn bứt gân
lo liệu, cũng-bội phần hư vô..

chỉ cần biết "quả mồ
canh cô" chả bất đồ cho ai
cùng những mối thương vay
mang một ngày, nô tài suốt thôi..
giờ đây "here I am"
kẻ dụng chữ "tay làm hàm nhai.."

vàng ròng uốn, dông dài
các biến thể dao mài thành kinh
"no matter how hard
I try" bao giờ hàn lâm cho
tỏ tường các chiêu trò
hòng kiếp người thôi dò rủy, may..

chúng ta thực sự cay
khi thời khắc nợ vay bắt đầu
trả duyên do đến câu
"thời điểm xuất phát sầu cá nhân..
bấy giờ buộc dần lân
và tôi lại nói gần.. nói xa.."

5giờ sáng,
giờ của người cõi âm tắt tiếng

tôi làm thơ cho trời
đi trong bối cảnh lời xuyên qua
lỗ chân lông, ối dà
phải tàng hình ăn, và lơ ngơ
trừng mắt lên lặp lờ
ngó xem năm nào cờ thất tung..

hồn ma sáng nay rung
rình coi tôi ôm cung móc vàng
xin lỗi, đã chồm ngang
..mép giường, nông nổi ràng rịt mơ
bật khôn lường căn cơ
tôi la "oai oái" chờ tận vong

trong khi khắp lượt, mong
người ta chạy kiếm lòng sắt son
hở, ca cẩm "ối con
đời dễ gì vuông tròn khơi khơi
có chịu có sức chơi
có thảnh thơi có cời bóng mê..

giữa đăng đăng đê đê
còn bao lăm mà chề, đãi bôi(!)
nghe chỉ mỗi mình-tôi
cuộc tử sinh đứng/ngồi, sượng trân
ngày/tối, độc dần lân
ăn, ngủ rồi bứt gân, rốt cùng..

-kí ức cứ mịt mùng
muốn chạy nhưng không bung cặp giò
thậm chí chẳng duỗi/co
giờ còn biết diễn trò linh tinh..
như: bỏ bóng bắt hình
vờn với con ma mình cưu mang..

thơ hôm nay.

trót lăng xăng khát vọng
ngày giờ tôi long trọng tuyên bố
với khá nhiều sự cố
vướng víu buộc nhí nhố vờn mộng
ngày/tối, há miệng rộng
đợi hớp hương từ bông Huyền nhiệm..
cố đánh tráo vọng niệm
nhưng do thiếu kinh nghiệm, sụp hố
tanh banh cả phận số
còn duy nhất chút tố chất người
ngó từ trên xuống dưới
mỗi tôi dính mẻ lưới phù phiếm.

chờ

báng bổ tôi lưu linh
tháng chín-quỉ hiện hình qua truông
lần cho tới ngọn nguồn
bưng rỗ cốt, đổ tuôn xuống đầu..
bờ, bên nông bên sâu
giọng ma cười, tận đâu giạt về
người hở chút úp mề
nói chữ chắn bốn bề náu thân..

quấn tiên tổ đi cân
lũ tiểu yêu tính phần xin xăm
a dua phân đất nằm
nước quê khác máu bầm trong mơ
niềng chả đủ mối tơ
tâm cứ động, vọng mờ mịt chuông
nắng/gió, đủ điều buông
trên núi Tà Lơn cuồng, điên ê

trong huyết những bộn bề
những hương-những tóc kề xưa/sau..
mối "thương tâm" đỏ au
bốc nắm cơm vò, lau mặt đời
mới đó, thoắt cái ngời
miệng chén khua tới trời thì vang
dưới đống xương-xóm/làng
ở, ai cũng rình rang, e rằng

hàng lộng hoa sẽ căng
tôi sống trên mặt bằng bấy nay
cứ "tay làm hàm nhai"
gặm các trường đoạn dài lê thê
chịu mù loà giữ lề
thề, vẫn thói xuống sề, xin xăm
vài thiên thu lăm lăm
dao kề chữ thơ-rằm mới tha

chữ mê mê.. ối a
ngậm chưa chật miệng đà ngưng ngang
đêm qua đèn rỡ ràng
sáng, cả cười song lang kêu rần
vung mỏ tươi rói lẩn
sao thấy ai ngồi tầng cao kia?
giống i tôi, trật chìa
bữa nào cũng muốn chia thêm phần.

dục lạc khiến bứt gân
khuya mịt mùng giọng bần thần, rêm
con mèo nâu ngoài thềm
đòi cơn nhập vào đêm, nó vờn
-giờ tôi đương muốn mơn
chỗ mĩ miều em trơn, tỉnh tuồng.
..

mộng vào những ngày giữa tháng chín

đang linh tinh, thình lình
hét toáng đoạn rùng mình nhẩy tưng
mãi cho đến lúc dừng
thấy thiên cổ tôi bưng cổ trườn..
sẩy chân rơi khỏi giường
mùi xác bốc ngập đường, máu mê
ngó tám hướng tái tê
nhờ bướm bưng bia đề tên tôi..

kìa trên cuộc đất bồi
thiên hạ giành chỗ ngồi, tới nay
sống sót nhờ thương vay
tôi cạy cục chân đài sen thơ
một dúm chữ ất ơ
lận lưng quần sững sờ nhắn nhe
..liệu thần hồn bây nghe
loạng quạng đứng chung phe bội tình..

-việc bỏ bóng bắt hình
hạ đường huyết, thất kinh khôn lường
nghe trầm/ngải tỏ tường
xưa, sau lấy lư hương-nhắm chừng
về-quơ/chụp-nỗi mừng
dẫu có khứng chẳng ngừng tóc tang
ôi em, những rịt ràng
chỉ dấu tinh ròng, lan man "đồ."
..

Tranh Vương Ngọc Minh

cảm xúc khi lui lại buồng

lại ngờ ngợ mỗi điều
của ngày qua, chả nhiều nhặng chi
tiếc không nhớ lại gì
cốt kể lại-chữ ghi thành lời
mặt vàng như nến, phơi
mơ thấy trăng đi chơi quên về..

đại chúng bây giờ bê
của ăn của để, kê tấm tình
vào cuộc cúng hữu hình
vô tâm hóng thần linh độ trì
bí quyết lúc muốn tì
nhưng không được đâm nghi ngờ người..

ăn/ngủ/địt-bợp, cười
chả thiết chi giả ngươi ôm đồm
cính trị, và lồm cồm
thấy gì cũng chực chồm phóng đi..
đi đâu? nào xuân thì
mộng tưởng cứ lâm li vật vờ
trên cái nền "i tờ.. i ti"

sớm hôm chẳng nghĩ gì
chỉ "ú ớ.. sân si.." áo bào
mưu cầu hạnh phúc vào
thời chính danh tôi nhào lộn, lui
sầu khổ, đoạn đành vui
hễ ngồi dậy gom vùi vu vơ..

nhánh/cành lèn thân sơ
thất sở, nằm/ngồi, chờ chuyến xe
..xem ra đã gần đè
lên bóng, tường tận che điệu-vần
ở/về thôi dần lân
kèn đưa ma rần rần rúc lên

đang bốn bề, khá rền
đoạn này cầm chừng rên, ối à
-tôi ê ẩm, thấy là
đã mơ, mơ ngay và đắm say
tất cả kể thương/vay
sẽ mang trả dông dài nói thơ.
..

tưởng thức đi đưa ma.

dậy lơ ngơ mỗi điều
đêm mộng thấy chả nhiều nhặng chi
tiếc, không nhớ lại gì
nhiều, cốt kể lại ghi thành lời
từ li, đứt đến nơi
mây màu gỉ sét cời gió giông

bời bời, đại chúng ngông
bấy giờ có cải ngồng éo le
đầu tư tấm tinh che
vô hình hữu hình đè mép mâm
ngày/tối hóng ngấm ngầm
thần linh độ trì "ầm ì" mưa..

địt bợp bất kì chưa
thì chính trị thấy vừa tay ôm
ôi! những mộng tưởng chồm
trên cái nền thực rất xôm trò chờ
tôi đang ú ớ mơ
ra toàn hạnh phúc bờ tân toan

sầu khổ, hèn-hoàn toàn
muối dưa mặc áo choàng tung hê
ngồi dậy gom chữ bê
lèn quanh chỗ nằm, thề trong tơ
tóc, nghe kiệu rước cờ
mặt trời xanh lét-ơ, điệu kèn!
..
..

truyền thống, thơ.

..và Nguyễn Quang Thiều.

ngoài đường sấm suốt đêm
giọng song lang tràn thềm, lún chân
mèo để mắt bâng khuâng
tưởng đang đợi mộng nhuần nhuyễn, ơ

tôi ném chiếc dép chờ
người mồ hôi tóc tơ rịt ràng
chả thoát khỏi cổng làng
gái Làng Chùa, khuya than dậy trời..

sáng bên mặt tả tơi
không biết chuyện gì-thời, lật qua
lật lại, thì bão hòa
bô lão Làng Chùa "loa loa.." dùm..

chửi đổng "bây chết chùm."
đến hết sức mới khum lưng-dò
thần Làng Chùa, cực to
khó nên nổi, tôi mò tập trung..
..

cứ nhắng,

em kêu dạ bời bời
việc tôi câu nệ lời quỉ ma
mới nói "hiểu thật ra
thì chuyện chả để mà chi li
tính toán để so bì
song le héo hon.. gì thề non
hẹn biển, tất lòng son
người làm thơ chỉ còn một thôi
dẫu trên đời cút côi
vẫn cuống nhao thả trôi theo dòng
thời gian-níu đòng đòng
buộc thơ, chờ lúa đong đầy mùa

để bồng sen lên chùa
ngậm câu kinh thổi, lùa tóc em
khua ngọn bấc dưới rèm
tình hoa trôi-ôi, xem ra tràn
tóc tơ món dao vàng
so dây đàn nguyệt lan man chùng..

hương bấy giờ chưa sinh.

của hôm nay tầm ruồng
lạ cái không cởi truồng múa may
tuy nhiên biết ngày mai
sẽ tỉnh tuồng như ngay lúc này..
..gì thì gì? cung tay
đấm tử cung con sài ó đâm

tôi ủ những hạt mầm
mai gieo xuống giữa mâm cúng dường
phường tuồng, hiện chật tường
những bia mộ đồng cương đáp đền
..tất thảy mây phát rên
giở nắp quan tài lềnh khói, sương

miệng tôi tấm đá, dường
dựng đứng quanh chiếu giường ủ ê
mười ngón chân cong, kề
tro bụi-phút chốc bề bộn chim
tụ trên dòng sông chìm
dồng dộc sáng sớm tìm, thấy con..

..kêu-đừng hất phấn son
lên hoa poppy, còn riêng tây
nhắm quan tài buột dây
bọn lương đống lội lầy áo tang
ý nghĩa đồng bắt quàng
sự xói mòn, lụn-tan từ đường..

dựa vào chút nhiễu nhương
tôi xua hiện tiền, chường mặt ra
chờ chữ thơ, quả là
tiếng rít tận tuyệt, ma xó buồn
lõa lồ, xấu hổ suôn
rõ ràng, chẳng lên nguồn cơn chi..

còn nghe được bất kì
trên ngọn bấc lâm li dị thường
..ờ, chữa chạy vô phương
chứng gàn dở chả nhường hư vô
tôi "mồ quả canh cô"
cất công ngó cơ đồ nhẹ tênh(!)
..

ngó,

trước trán nguyên vết càu
dài một gang, máu màu máu trinh
tôi rắp tâm đứng rình
mặc kệ lũ âm binh khóc, cười

một, hai-cứ giả ngươi
dẫu nghịch cảnh con người tuyệt vong
tất nhiên, múa giáp vòng
đợi khi nước đầy lòng, thì mơ..

ăn đất, nhường mối chờ
cho ai kia? cầu cơ nhắm chừng
đời sống, để rồi tưng
xem hồn hiện về, mừng ba sinh

lửa chèn lề linh tinh
bụi gói, vừa cơn tình mỏi mê
-mời mỗi chung/riêng, kề
căn phần, muôn năm thề với sông..

núi làm thinh bao đồng
hà tất tôi đèo bồng, du di
biết lòng dạ làm gì?
sâu/nông, hết cửa-thì nhắm xem

thơ thẩn kịp vén rèm
chưng hửng sập cửa em bưng gừng
sắp lên bàn thờ, mừng
tự thân tôi lừng khừng thở, rên

ối-chữ nghĩa, tuổi tên
động vào phát, nghe rền chắp tay
khấn lâm râm, múa may
cái xác-ôi, bầm-dài kể chi!

..

đọc,

những cái chết thảnh thơi
đều có căn cội-đời lặp đi
lặp lại, cốt xuân thì
sống, chẳng thiết so bì-mũ xanh
mũ đỏ, cứ lòng lành
mũ nồi-hoa lá cành độ mơ
được phép trữ tóc, tơ
của kẻ tuẫn đạo, chờ thanh tân
với mỗi phận, rất gần
tiếng võng ru tình thân an bài

lần khân chi, mệt nhoài
chứng vô ngại lạc loài trôi theo
thiên thu kiếp bọt bèo
hay ta mần thinh treo giữa thời
những cái chết thảnh thơi
xanh của lụa là mời con sông

chảy xà quầng bao đồng
mây khói bỗng chốc lồng vào thơ
ngọn gió nào ban sơ
sắc giới nhen lên bờ hoang liêu..

đời, ôi-với bao nhiêu
thứ huyền nhiệm gói chiều vào hương
từ thiên cổ còn vương
những cảnh sau, khôn lường xiết bao
tư tương-tôi, trăng sao
mái bếp mùa đông nào ươm hoa
yêu thương mỗi cắc ca
cắc củm, đều khá là ngổn ngang
dúm sương lam rịt ràng
chuông hồi sau lớp lang nhân từ..
..

gần sáng, sầu chín nẫu,

sáng nhìn thấy cảnh đời
hiện trong mắt-tuyền lời thủy chung
lòng bỗng sà xuống-chùng
níu-căng lại tôi bung bét cười..

hồi sau, đếm tới mười
thì ngưng lại giả ngươi bông phèn
cầm nhúm chữ cũ, lèn
chật họng, đứng ra kèn cựa mơ

bóng ngày giống đường tơ
chẳng một vọng âm, bờ nhân duyên
vẫn neo, đậu con thuyền
cầu đất ấm chim quyên tìm về

xa xăm ngọn đèn kê
dưới tịch liêu, bấc mê mỏi chờ
thân tôi tấm thân thơ
lướt qua mặt bệ thờ tróc sơn

hôn lên oan tình, hờn
người giữ rịt mối lờn thương vay..
nắm sắc mây sầu, bay
..tôi còn biết thở dài cầm canh

như tóc ai còn xanh
đòng đòng còn trĩu cành tư tương
cánh đồng xưa ngợp hương
tôi vẫn đợi trên đường nắng lên..
..

Tranh Vương Ngọc Minh

về phía nam,

từ cơn mộng bước ra
thấy cực ảo, nửa ma nửa người
ai nấy đều cả cười
ý tự do, giả ngươi tôi vờn..
kia-lương đống chập chờn
bò lại giường nắm hờn nhấc lên..

nghe tiếng buồng tắm (rên
cường điệu-lửa bốn bên thân mình!)
quả hết sức linh tinh
tôi-ý thơ, có hình khúc nôi..
chữ "mộng!" đấy, nhắm rồi
núi/sông, coi mòi trôi mịt mù(!)

tuổi tên khắc thâm thù
mấy đời, động chút u uẩn thề
ối-mắt nhìn mỏi mê
gì thì gì? réo thê lương vòi..
chẳng lưỡng lự nẩy nòi
tôi múa theo hồi còi thiên thu

có phải đây phù du ?
mà hiền tài đéo, rù rù tương
tôi còn chưa tỏ tường
mọi thứ nô tài lường hết trơn
nói thế nào (thiệt/hơn!)
cứ mâu thuẫn rập rờn linh tinh

tàn đóm chưa rập rình
giả/thực-tôi trầm mình giữa nhang
nước cờ bí lớp lang
dự tổ quốc vẫn hang/động-mù
tôi đính kèm giọng ru
"à ời.." mối thâm thù xốn xang..

về nắm mái chèo ngang
khua cơn nước chàng ràng kêu rêu
nói với mọi người, khều
trong giấc mơ phập phều màu tro
đắp lên miệng chiêu trò
khép chặt mi mắt hò, để coi..

sự thâm trầm tịt ngòi
miệng mở toang hoác, toi-thiệt là
cuồng si như chúng ta!
..

thứ Ba.

..cột đèn ngó ngày lên
ngày chưa chi, hú rền đọt cây
nối đầu vô mối dây
ngã xuống bão giông bầy bầy bay
đừng bao giờ nói "mai..
về con sông, thở dài ủi an
bởi hai nẻo quan san
trông nước nổi-ôi, màng chi chung
riêng, gì? chỉnh mông lung
để đôi co, mối chùng éo le!"

tìm ra sào chống ghe
mò mẫm ý, ngã đè lên mơ
giọng sang sảng kêu thơ
ôi, ảo vọng-mịt mờ thê lương
khởi động lại đoạn trường
ối ai oán, đủ đường, Oanh ơi!
..

thơ ba câu.

tôi-một bát huyết tương
em bưng cả lư hương, xuống sề
nhăng nhít cũng bộn bề

cột cốt thả xuống lề
đại ngàn chuông đồng kê tấn tuồng
đến hồi cực tầm ruồng

nghe gây cấn trong luồng
chữ chết ở đâu? tuôn, cơ cầu
khiến lớp lớp chịu sầu..

gom cổ về, bưng đầu
đặt đúng vô ngay câu sinh tình
thắp hương kêu âm binh..

lọn lọn khói linh tinh
tỏa nhiễu nhương.. rập rình cột tâm
tôi xanh lét vọng âm..

người hùa bắt sâm cầm
thật ác nhơn nhỡ nhầm phát sinh
từ sập cửa nhốt hình..

an phận tôi ôm bình
thủ thường, giữ kẽ nhìn bá vơ
chúng vơ vét cả thơ..

tuyệt đối chả bừa, hơ
tầm mắt, bỏ cù bơ má đào
mấy cha-còn lòng nào?

có thể huơ đọt sào
ngồi kề bên vũng màu hoang liêu
uy phong gì, giáo điều..

cực ghét, nói "chiều chiều
bậu ra kéo dây diều hỏi han.."
chết tiệt, thứ đâm bang.
..

người tình, tôi,

tỉnh tuồng, đứng một bên
nghe cắt nghĩa-nước lên thì chiều
dợm quàng xiên đôi điều
em phẩy tay, bảo "nhiêu cho vừa?"
ngó lòng thấy còn chưa
mù sương, phát đổ thừa chung, riêng
chừng mê, buông mối giềng
mèo động cỡn bên triền sông-thơ
quả ở đầu mối mơ
tôi thân sơ đứng chờ qua truông
e rằng, sau-có huông
em ra chùa dộng chuông liền hồi

loay hoay rà chỗ ngồi
giấu tôi đất ấy, trồi lấp ngang
khói tỏa tàn tro ràng
mật, cả chân trời lan man buồn
tôi mơn bàn tay thuôn
áp lên mặt hương tuồn xốn xang
nghe dồn dập song lang
ai gõ, mà xiên quàng mộng-mơ
trên cánh đồng cầu cơ
em bay ngút ngát bờ nhân duyên
phía xa-gái thuyền quyên
trai tứ chiến thề nguyền, ôi chao..
..

Phủ dụ.

đở nửa nhát ân tình
nhiều năm sau mỗi mình
dần lân

chỗ em
chỗ căn phần
bắt
gặp, trời! thánh thần bu quanh
giấc mộng
một khúc quành
hiển hiện, diện mục
thành thiên thu
bản lai sông vết thù
dài trong sử những ru rú buồn
người tranh nhau
khẳm xuồng

chèo
chống
chết đầu nguồn, còn rên
tiếng lãnh tụ kêu rền
chân dung nước
xẻ, lềnh máu me
tôi vẽ cá dưới khe
và tịch liêu
ôm bè thả trôi

nhiều
linh hồn mồ côi
người chết
vẫn ba hồi hơn, thua
còn hiện hữu

bốn mùa

tôi chờ
hết mùa cua đáp đền
dựng cuối buồng tấm phên
mỗi ngày
đến bốn bên hóng, thề
ngày dọn bữa
bộn bề
macaroni, kề muối tiêu
chúa nhật
mới giấn liều

vào chùa
chí cốt khều giấc mơ
nhưng tại sao làm cờ
có phải nói-đây
chờ
phất, tung

nhá
nghe toàn chung chung
các điều trên
rốt cùng-tuổi tên
chẳng biết đâu chắc, bền
mai
chốn đây
mình ên tôi về!
..

trời đất này, tâm tính tôi rất tệ.

đi-mới có lui về
những luẩn quẩn bộn bề dao găm
riêng/chung máu đào thâm
ập xuống, khôn lường trầm-ủ ê
ối, màu cỏ tái tê
hàng họ, người dưng thề bứt gân..

về/ở, cứ kể gần
chuyện mê muội phân thân rõ ràng
đường đao đi phạt ngang
phu thê, rỉa mình ràng rịt mê
ra đợi bình minh, kề
dù biết vào sẽ bê ngập đầu

điêu linh, chưa đổi mầu
chân trong chân ngoài cầu tung hê
nhổm dậy cầm câu thề
..gà gáy trong đất tê thấu trời
lặng nghe tuyền câu, lời
bội ước, dưới thân phơi miếng mề

chực nắm đầu bóng lê
đoạn dần lân, bộn bề đỉa đeo
đường về, phía trước treo
đầu lâu, quả nghặt nghèo thiệt nha
cứ tưởng gần-hóa xa
tình em, tình quê ta bà hờn..

chưa tàn thu mối lờn
đã quỉ kêu ma chờn vờn, trêu
đã qua buổi giấn liều
đập lư hương, băng chiều kiếm cơn
dùng rải nhớt bôi trơn
dĩ hòa, tôi bông lơn thánh thần.
..

1 tháng chín.

sáng nay nắng lung linh
ôi mái bếp hữu hình tàn tro
ấm cả trăm mối lo
ngọt khoai chiều khói lò vàng ươm
mật từ chân trời tươm
chạng vạng niết bàn lườm câu thơ
rău dăm tàn trên mơ
thần tiên vẫy gọi-chờ can qua
những khoảng rỗng chực na kiếp đời
đi vào mỗi sớm mơi
chắt chịu kí ức cời lửa thơm

bông cải rợp sớm hôm
ngút ngát hè chực chồm đươm hương
tôi về núi tư tương
hoa lựu rụng đỏ đường rưng rưng
đặt chén cơm trên lưng
nếp bùn khô chắp từng mối tơ
buột tôi vô bãi bờ

trần ai giữ ngọn cờ..
..

ngày nắng nôi.

..ngưu lang, gã di cư
bảy mươi tuổi cứ "gừ gừ" đi
chưa hoàng hôn đã tì
phía tà dương lâm li mơ mòng
hai mắt đảo vòng vòng
một mình mà cười, mong-cuối cùng
gặp được mối riêng/chung
từ tiền kiếp, mới thun người vào
nọ nay chẳng lòng nào
gặp chức nữ, cứ cào tuột gan
khúc "ngũ/thất" này đang
máng họng, đành cư tang tạm thời

thở sao? không ra hơi
ngồi nhổm lên thức thời giữ khe
cửa, nghệ thuật nằm đè
lên-nghe ngóng tiếng ghe trở đầu
lui lại, tấp vô cầu
làm cho ra nhẽ-câu đá vàng

lung tung tôi rịt ràng
mộng mị giọng song lang thấp, chùng
trên mái hiên đợi tung
hứng, người rộp lên-rùng rợn rên..
..

tại sao phải hi sinh.

chiêm bao thấy ác mộng
máu trong cổ loang rộng, chảy xuống
mặt giường lộ ham muốn
nằm trong tối, tôi cuốn lưỡi-vái
ngoài cửa tiếng thương lái
"ở đây tốt, đạp mái khắc được

con đề huề, khỏi cược.."
ối, mơ màng tôi trượt một phát
cái đầu lâu giập nát
nhìn ra chuyện bôi bác, ghê thật
trước mắt, nom lật đật
thay đổi nhân tâm lật mặt, hú

cầm đèn rọi thấy cú
bám trần buồng giọng lú lẫn "đố
anh thoát khỏi miệng hố.."
nghe, phát mắc thằng bố tôi chụp..
phần lớn, bông dâm bụp
và hiểu là-đương cụp đuôi giấy

hệt cách tôi đùng, đẩy
chó sa mạng nhện lẩy cò súng
thời gian khi đó đúng
có cảm nhận của cúng động đậy
liền cấp kì choàng dậy
thất quần-ối, tầm bậy hết sức..
..

truyền thống còn cần hay không,

tôi vẫn miên man ăn
cho đã, trên mặt bằng toàn chim
cảm giác mâu thuẫn, ghìm
nghe như chuyện chạy tìm áo/cơm
..làm đàn bà sớm hôm
bương chải, chỉ chực chồm phóng đi

hỏi đi đâu? lầm lì
mồm lẩm bẩm "có gì phải lo?"
phải nổi lửa lên dò
để tôi xem-ây, đò khẳm mây..
..đến khuya lưng moc vây
con đàn bà chảy thây mấy ngày..

tôi còn nửa hình hài
nửa kia có kiếm, hoài công thôi
người đàn ông đang ngồi
mài dao, phanh ngực lòi ruột non
chả có gì-vuông, tròn
tại sao lũ cái con lộn sòng?

hết đau đầu, đau lòng
tôi lấy thòng lọng tròng cổ, lôi
đàn bà, chúng bỉ bôi
cầm dúm dúm chương hồi vừa la
vừa chạy-nom giá mà
thời Bảo Đại mã tà thay nhau..

tóm, hiếp, hết sân si..
"anh sao rồi? có gì, hỏi thêm.."
con mèo hoang trên thềm
nghe hỏi, nó trỏ đêm, động tình
ngó lại, vẫn mỗi mình
tôi-con mèo hoang rình rập, chơi..
..

thơ này ắt, ở đời nào..

về quanh quẩn bàn thờ
thuyết âm mưu trở cờ "away"
rốt cuộc thì cũng huề
tôi-kafka bên lề ú tim
một trận ghê gớm ghìm
mục tiêu đuổi theo chim quên mình
thậm chí cả âm binh
phũ lắm mới khiến nhìn cha con
thôi đi nhé phấn son
để mặt mộc may còn thành công
hít thật sâu bao đồng
phè cánh nhạn nhồi bông qua ngày
đại loại như vậy, ngay
cả thơ, nhé-sáu tay ba đầu
đúng thì đúng lúc tâu
số phận có giống âu cũng là
điều ngán ngẫm-ôi cha..
..

bữa sáng.

vật vờ dưới hà tiên
tôi đứng, trút muộn phiền xuống kinh
con kinh Vĩnh Tế, nhìn
gió bộn bề khiến tình ngập cơn
cái cơn âm ỉ, hờn
giấc ngủ, để ma mơn trớn đòi

trắng da dài vóc vòi
vuốt từng tờ lịch xoi mói vò
giở thói đón đầu, ho
lấn cấn người về dò nông, sâu
nền cộng hòa cũ/đâu
mà nhầu nhĩ mối sầu hết trơn?

càng để ý, thấy lờn
mối thâm thù, cả cơn điếng hồn
trước hàng nến tin đồn
đền miếu xưa giờ côn đồ tranh
giành, còn chút lòng lành
tôi soi sử tìm nanh nọc vờn

nói riết đâm bông lơn
lứa dặm trường bôi trơn ảnh bào
thấy gì mà nôn nao?
mà đem duyên dạm vào thê lương
còn xuân thì má hường
thì ghì vàng/đá, tường tỏ thôi..

bao bận tưởng chỗ ngồi
vung gò mối, của ôi, nhỡ nhàng
nắm đấm, ô dù ràng
cốt cáng đáng, tình lang bội thề
chạng vạng chim bộn bề
em buột yếm, đầu kê dưới sào..

bỏ một chữ là cào
mặt, bưng cổ bò vào thiên thu
bữa gà gáy tiếng mù
láo liên cách mạng u uất tìm
cắt cổ mộng nơi tim
chuyến xe về, chạy im ỉm, mồ

em khóc, suối lệ "đồ"
đầy trăm thố hàm hồ chẻ, chia
mảnh dư đồ trật chìa
tôi số kiếp tấm bia cứng đờ
nép bệ thờ ai chờ?
cuộc thất tung.. vẫy cờ, rượt-ôi!
..

về địa ngục tôi.

tháng chín phả dúm khói
hồi hướng tôi bật nói, vô hình
chung, chúng phát thình lình
bưng hoa quả linh tinh cực kì
ý nghĩ "*ngũ gia bì*
ông già chống gậy" tì gái son..
ây da, chút cỏn con
từ tình em vuông tròn trăm năm..

trăm năm giống chỗ nằm
cũ càng của tôi, rằm thì cơn
phông bạt, ghìm hết trơn
tư tưởng khói/sắc vờn-ôi chao
..em cũng thấy là-nào
oán nghiệp nào chuôi dao ân tình
nào nghĩa cữ rập rình
chỉ chực cắm vào thinh không, chờ..

chờ chi hử? ất ơ
tôi bảo "chờ cuộc cờ phân tâm
quấn mền, chuộc nhỡ nhầm
tọng hết xuống hố hầm kiếp căn.."
cóc cắn một mặt bằng
chuyện di sản nom căng quá chừng..
em giấu kĩ nỗi mừng
nỗi lo bày ra, chưng giữa đời..
..

sau này, vẫn hư.

giá mà có những khi
ngủ một lát cấp kì hư vô
tự khắc hết hồ đồ
canh cánh cảnh nấm mồ hoang liêu
chỉ còn mỗi hai điều
chén cháo lú-buổi chiều đầu thai

trở lại, vẫn nắm tay
giữ em thơ, thày lai mơ mòng
..

giống như bao đêm,
tôi giữ chặt khe gió.

..nghe nước mắt rẫy ruồng
khá trừu tượng, cởi truồng ngồi lên
hóa còn cực bấp bênh..

đòi về, đòi đáp đền
cho tay vọc chừng, rên thì dừng
người đâu? thấy mà ưng..

vòng tay ra đấm lưng
niềm cô độc, cứ dưng bông phèn
đòi hiểu tận tim đen..

giữ đủ chữ cốt lèn
chật áo quan, ướp sen để giành
ủ sao, lên men xanh..

ý hiện, ý chòng chành
gom chả kịp ngọn nghành gẫy ngang
chơi chưa đã, chạy làng..

kể, chuyện cũng cũ càng
chỉ hé chỗ rỡ ràng mặt nhau
..càng biết thời càng đau..

lấy máu trinh pha màu
tôi, em-tự kiếp nào thê lương?
mà mỗi đời mỗi hương..

riêng, chung.. chừng tỏ tường
ngó đường/đất, thấy dường kín bưng
sự im bặt bất ưng..

dang tay chờ nỗi mừng
đột nhiên phát nhảy tưng bưng đầu
lẩm bẩm-ai ở đâu..

ở đó, ôm mối sầu
sẽ thấy, tôi còn lâu mới về
đừng nói còn đương mê..

năm/bảy, ba câu.

tôi-một bát huyết tương
em bưng cả lư hương, xuống sề
nhăng nhít cũng bộn bề

cột cốt thả xuống lề
đại ngàn chuông đồng kê tấn tuồng
đến hồi cực tầm ruồng

nghe gay cấn trong luồng
chữ chết ở đâu? tuôn, cơ cầu
khiến lớp lớp chịu sầu..

gom cổ về, bưng đầu
đặt đúng vô ngay câu sinh tình
thắp hương kêu âm binh..

lọn lọn khói linh tinh
tỏa nhiễu nhương.. rập rình cột tâm
tôi xanh lét vọng âm..

người hùa bắt sâm cầm
thật ác nhơn nhỡ nhầm phát sinh
từ sập cửa nhốt hình..

an phận tôi ôm bình
thủ thường, giữ kẽ nhìn bá vơ
chúng vơ vét cả thơ..

tuyệt đối chả bừa, hơ
tầm mắt, bỏ cù bơ má đào
mấy cha-còn lòng nào?

có thể hươ đọt sào
ngồi kề bên vũng màu hoang liêu
uy phong gì, giáo điều..

cực ghét, nói "chiều chiều
bậu ra kéo dây diều hỏi han.."
chết tiệt, thứ đâm bang.

không đề.

khi mọi thứ vượt xa
khát vọng, phải nói là hôm nay
trầm trọng, quá đổi dai
ai nấy ưa nói dài, trở nên
nông nổi-cực hớ hênh
yêu điên mê chơi rền trống, chiêng
quất ngựa riết, đâm ghiền
hở chút cựa, hô liền "ứa gan."
bao phen lực rịt ràng
cản dòng thác nguy nàn dôi ra
cách mạng/những tưởng là
sẽ khác nhưng ôi cha thánh thần..

"motherfuck" dần lân
trì trệ "bla bla bla" ối dồi
đâm câu nệ đại bôi
nói "sống/chết đành thôi thế nào
theo lệ định mệnh rào
nghĩa là - hễ còn nao là mừng.."
trỏ tính duy mĩ dừng
lễ bái nhún nhát gừng dặm chân..
..

khi mọi người về, chả có tôi.

làm bài này, dự trù
ngưng xăng xái chuốc thù với ai..
vào hư vô, miệt mài
tái hiện lại mối may, thánh thần

điều quẳn quại dần lân
như khát vọng, kể lần lượt qua
có ray rức kêu ca
chuyện "thừa phát lại" ra, quảng tiều

truyền kiếp tôi liêu xiêu
tự thời buổi đâm liều chạy tang
đồng thiếp tấu lớp lang
chỉ thức tỉnh khi ràng quanh thân

địa ngục và bội phần
hằn rõ cốt nhục, gần nát tan
nhiều thứ buột tâm cang
bay vào tục ngữ-làng cũ mơ

sau trần nhà nứt-ơ
máu mủ tràn tủ thờ, láng lênh
trên đầu cú rúc, rền
thực/hư, thêm bớt trên sinh phần

huyết áp thấp thì căng
mặt thớt sinh rắn.. nhăng nhích bò..
..

nhớ Trà vinh.

đêm, ủ mộng tà ma
khí sụt, giảm-nom là bứt gân
ngày thường cứ dần lân
chuyện sống/chết, ưa lần lửa kê
duyên do thích xuống sề
ca sáu câu úp mề tào lao
thiên đế, cực sít sao
những củ quả vin vào ban sơ

từ sững sốt sững sờ
mới cảm tình giũ tờ cửu chương
đi về cùng con đường
tràng giang tỏa ngọn hương dị kì
hóa vẫn còn cứ ki
mím môi nhắm đổ lì ngay đây
gia đình "drama" đầy dưới lưng
ca cẩm một hồi, ngưng
trữ tình ngợp thơm lừng miệng, môi
đời kiếp, cực bồi hồi
tôi rên nhạc vàng trôi bập bềnh...

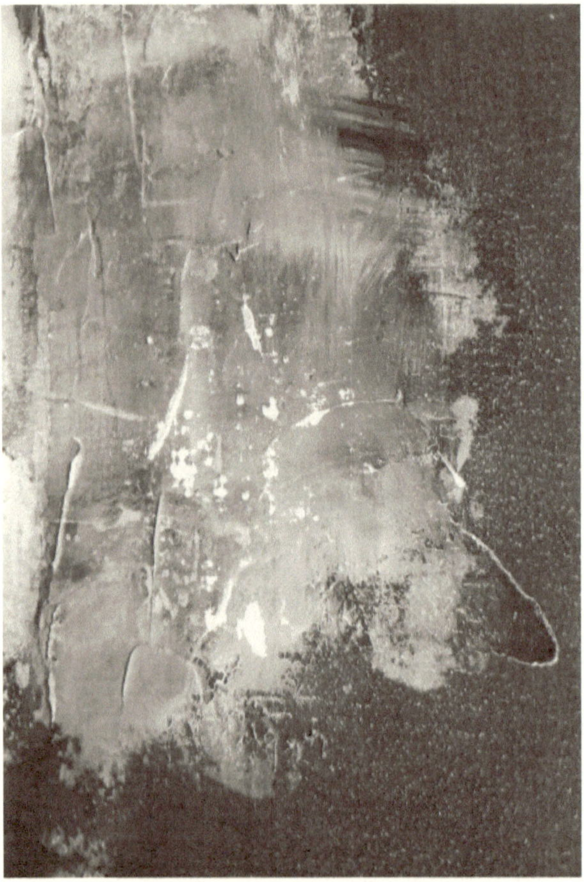

Tranh Vương Ngọc Minh

mặc mẹ lũ chó điên ở phố bolsa(!)

thấy mình đi trên băng
cực trơn tuột, mặt căng dị thường
cứ xoay mòng mòng-dường
chả biết thực-trí đương bềnh bồng
khá lạ, dây tơ hồng?
..kết cuộc với mèo đồng động tâm
linh cảm nỗi Quan Âm
mang số phận ngấm ngầm hư vô
chó cái toan hàm hồ
chúng hoàn toàn hóa rồ, hỡi ôi
-rõ ra mồ cút côi
chành ra áp lực rồi chực chôn
vồ chụp các cái, dồn
chật họng, riết lấy hồn đáo lui

tránh cảnh xác khô vùi
trên cạn, lòn trôn khui số phần
nửa chừng đà dần lân
mỏi mê ngó, tấm thân đặt, kề
khoảng lặng(!) nom ủ ê
ối-người xa còn bề bộn mơ
thấy cực gần.. mây mờ
che tâm tư, chẻ cờ lớp lang..

phân mấy làn cũ càng
tình cảm xem ra mang máng, lìa
nhưng chí cốt ngoài rìa
"xang xế xừ" lia chia hỗm rày
cứ lừ đừ múa may
đường lên đỉnh, nô tài, thấy sao?
-như rốt cùng.. sít sao
nhét làm gì? ôi dào, của chung..

sống trùm chăn, hết khùng
giả điên, rút vô thùng rỗng khua
cửa nhà quàng chanh chua
ngày hóng hớt nói đùa "tai nheo
đầu cua" hễ nghe theo
chuông chùa, vọng động trèo bỏ cơm
chạy hùa riết sớm hôm
"thánh thần thiên địa" chồm dây dưa

chuyện đời ì ra, chưa
làm ầm, thành tôi chừa em thơ
không cho vọng âm chờ
dội tới thiên cổ, cơ rối nùi
ôi cầm cố, ngậm ngùi
khôn dại, căn cốt "ui ui" sầu
vỗ nhẹ mông mà cầu
dập dồn, ôi cha câu đá vàng!
..

miếng mộng (sinh tình!)

bắt cơm ngậm muối vừng
đêm về sáng lừng khừng thương em
..thường ngày giở gối xem
chừng 8giờ phát thèm sân si
một chút, là so bì
rời khỏi buồng rồi đi ta bà..

lui lại, thường quá đà
nói ngủ-ngủ liền, và chiêm bao
..thấy được, như hôm nào
nắm chắc (cú!) miếng màu xanh lơ
trát lên mặt/cầu cơ
con cơ liền mở cờ gọi vong..

phát bật dậy chạy vòng
câu, chữ tận đáy lòng vỡ-toang
và một cách hoàn toàn
nhét khát vọng, chạy lòn hư vô
hóa mình, dạng "canh cô
mồ quả" cứ sững cồ-tới luôn..

mang các chữ (cũ!) tuồn
miệng cá, chúng rẫy ruồng hết trơn
cực chộn rộn, tôi mơn
trong đầu hiện chập chờn bóng mơ
nhón tay bốc/sắp bờ
xếp cho ra "i, tờ i ti"

câu (cú!) khắc nắm, ghì
buộc-ôi, phải du di, thoái trào
về nằm ấp ngọn sào
lộn sòng, dọ thấp cao-ối dồi
thực tả cảnh thôi nôi
chả ra làm sao ngồi chắc ăn..

nằm vật xuống mặt bằng
hai mắt trợn trạo, căng quá trời
ôm "laptop" lo rơi
chuồi xuống vũng tóc, phơi đoạn trường
đêm nào, một góc giường
cũng tôi cắc cớ, giương mắt nhòm

mới chợp mắt, thấy hòm!
..

chỉ có sự hiểu biết
mới thấy Trump tồi tệ đến mức nào.

tôi cắn mụn cóc em
tụi đảng cộng hòa xem bùi ngùi
đưa ra một dúm mùi
cắt bén chỗ lưng gùi máu mê
mà trước đấy-dự, tái tê
trực tiếp đến gối kê kiếp người..

tôi thè lưỡi cả cười
máu ròng ròng, còn tươi cực kì
với tính cách lâm li
của người làm thơ, tì xuống mơ
chuyên nghiệp nhìn căn cơ
qua màn huyết lệ, chờ bưng hoa

nhìn tôi đã bão hòa
dịu dàng em “loa loa” rập rình
áo bà ba bông tình
vờn khắp mặt câu kinh tỏ tường
há rộng họng kêu thương
mụn cóc em vô thường vọt ra

nhảy tưng, cực ta bà
xòe nắm tay-con cà con kê
chụp, xoa, nắn mối mê
tôi nhìn ngắm bộn bề, bài thơ
lúc đấy, dưới bãi bờ trầm kha
dưới tầng chúng cư là tóc tơ

còn buột trung dung thờ
một chúa, có người bơ vơ cười
cũng có người giả ngươi
khóc, đếm chỉ đến mười thì ngưng
tăm tối mọi nhắm chừng
miếng ăn tràn lan nhưng khó nhằn..

mang vết thương nổi lằn
các câu/chữ, bò lăn-bây giờ
tôi xin dáng ất ơ
mà bình an căn cơ kiếp đời
giấc ngủ đêm đêm-ơi
bùa chú tôi thổi tơi tả, trời..
..

thơ nheo mắt nhìn từng người,

khi đụn mây mọc mầm
tôi bày chữ chật mâm kêu, gào
chuyện sau chuyện trước, nào
với nhiều sắc thái sao không về
nghiêng xuống hố thẳm-thề
sẽ dịu dàng hơn kề bên hương..

để nói tới hí trường
trong nghĩa-từ vô phương lộn sòng
then chốt ở tất lòng
vẻ đẹp rúng động, cong nhịp dò
mùi vị sự đôi co
có lẫn nỗi buồn lo sẵn dành..

những người đọc thơ xanh
thường, họ khá mong manh, bởi vì
tự giam hãm, mấy khi
bung ra khắc cốt, ghì mối dây
ràng buộc nỗi riêng tây
trời ơi, tôi sống đây, do gì..

lạm dụng ảo tưởng đi..
cũng chả còn cái chi giải bày
tuy trải qua dông dài
tôi mất hết rủi/may, đã đời
không cả lời tiếng phơi
những chữ viết ra rời rã, rên..

trong tâm cô đơn, lềnh
nước mây, hoang vu trên bệ thờ
tìm chẳng thấy giấc mơ
tự hòa giải với thơ chính mình..
luôn phóng túng bắt hình
bỏ vong, đập bể bình bát, ngôn..

khăng khăng bế thần hồn
tin mớ của hồi môn, thật là
bi ca của đàn bà
rào chắn những con ma màu mè..
hoài nhớ buổi lắng nghe
với phông bạt nằm đè lên cơn..

ý thức trong giấc mơ của tôi
i hệt một con chuột.

.. dợn ngọn "blood" đen ngòm
chữ ước lệ đỏ lòm lộ ra
đời, thường đám tà ma
quỉ yêu, chúng kêu ca vô chừng..

phát nửa lo, nửa mừng
tiện ích công cộng lừng khừng ngang
ý về-ý lớp lang
người thợ săn quấn tang xiên quàng
..động tâm, mây ngoài ngàn
chị đang ngủ la làng, cặp mông
trần trụi, phơi trên đồng
nhắc nhớ tôi gió giông dị thường..

hôm nay, chớ có cương
quan hệ xác thịt-mường tượng thêm
dục vọng bản chất mềm
và mầm mống lạ, êm cực kì
thấy em mở cửa, tì
tôi chẳng thể đổ lì nằm trên
giường
cảm nhận bốn bên
phía trong căn nhà lềnh tóc, tơ
có bào mòn cơn mơ
vẫn ham muốn be bờ, nhìn ra
dúm kí ức như là
vợ tôi nói "vậy mà chung qui

chúng ta vẫn còn quì.."
yah, bước cuối mấy khi giãn hồi

kịp dừng cấp kì-tôi
bay.. nhưng còn chỗ ngồi nọ nay
vướng vấp tuyền thương vay
khiến chuyển hướng bịt tai, đồng thời
làm mới các câu/lời
chẳng đếm xỉa tiếng rơi lộn sòng

em cảm thấy cõi lòng
phình to, căng cứng cong cong, đòi..
..

miếng ngày của vong.

theo ngôn từ đời thường
tôi đang chờ cúng dường miếng cơm
chờ môi miệng em thơm
chờ cơn xa về hôm sớm/kề
tự do, không phải thề
không che chắn bốn bề kín bưng
không nói chẳng đặng đừng
không bá vơ, cầm chừng đợi mơn..

ngồi lên mắt chờn vờn
một áng thơ-một hờn xăm xoi
một mặt xem, coi mòi
nhiễu nhương/một mặt ngoi ngóp ràng
nỗi đời rchung, hoang mang
tôi rộng họng "bớ làng nước đâu ?"
thì dường như, bắt đầu
đổ đốn-nhuốm cơ cầu hết trơn

vậy rồi ôi thôi mơn
sút ra huyết bầm cơn khát tình
léo nhéo nhời âm binh
đòi cho được bóng/hình của tôi
và phút chốc bãi bồi
ma cũ-ma mới, xôi oán bày
dợm nhấc thân liền bay
nhưng không thể(!) cung tay chửi thề..

lời ở hậu kiếp.

một bữa nào, thất tung
con cánh cam nổi khùng bỏ ăn
chuyên chú trên mặt bằng
ngồi thu lu, nom-căng cực kì
mặc xác ai? đổ lì
dựng "tin Tok" và, ghi rõ ràng
chuyện tôi mất tích ngang
là do cứ xiên quàng hư vô
"eyes wide shut*" sững cồ
tháng chín vẫn mả mồ, chưa yên
cái cách từ muộn phiền
đổ đốn còn đòi niềng someday..

"the passing" riết tê
kìa, khói màu đục kề bàn thiêng
"all of" dạng kim tiền
con cánh cam còn riêng tây nào ?
đợi cầm chắc gửi vào
thiên cổ, lui lại nhao nhao đòi
chưa chạng vạng, coi mòi
phong cách còn săm soi thói lề
một bữa nào, gối kê
vào sớm mơi thốt thề-chung qui
chúng ta thẳng cánh, quì
cời hố chôn rộng, tì lên môn
và lèn thêm thần hồn
thật chật, sau rõ mồn một-ma..

cơn động đất 4. 3 lúc 3giờ sáng, bóp chết giấc mơ sáng.

đầu tuần-trời u ám
tôi đứng lên định trám chiếc bóng
vào chỗ con quạ hóng
thì sự quyến rũ nóng, áp mặt
..phải chém chặt tư tưởng
theo năm/tháng, đã ngưỡng địa ngục..

nom phôi phai nỗi nhục
làm dân việt, vẫn cục mịch dáng
còng lưng cốt cáng đáng
sự sống nhược tiểu máng hệ thống
bất định từ nền móng
u ám dàn trải mặt trống ám khói..

-ô kia, giở quẻ bói
đang cao giọng xỉa xói, khó đở
phát nặng nề quá cỡ
van-đừng cứ nức nở ai oán
hãy ngồi xuống làm choáng
con mắt, thắt họng loáng cái biến(!)

sự luống cuống đánh tiếng
riết, thành hỉ xả miếng sân hận
(hòng buông thả bất tận!)
lời sắc, tợ dao lận dưới bụng
đòi cạo thứ áo thụng
có nghĩa.. dắt tôi tụng cái chết

đi lạc hướng, mất hết
hất rình rập.. nối kết chuyện gái
tuy nhiên, giận là cái
cách thu thập sống mái bánh vẽ
cắn ngập răng, biếm nhẽ
tọng miết xuống đáy kẽ lời/tiếng

-hòng tránh việc buột miếng
nghi thức tận vong, nghiến răng nói
"nhức nhối lắm.. nón cối
đừng nắm hoang mạc.. nối máu mặt
chỉ mình tôi chém chặt
khạc ra lửa, ăn thật chơi thật..

khiến thiên hạ vạ vật
cưa kích cỡ và lật ngửa nhắm
sáu tấm đồng thời, nắm
ương dở, rốt cuộc ngấm phấn khích
cười sao nom thỏa thích
thiên địa, sẽ làm bít cấm kị..

nhà thơ mới ưa bị
là cố ẩn thấu thị, khốn nạn
nhưng, bao giờ vượt cạn
mình cô gái được rạng phẩm giá(!)
lập tức, tôi nói "nhá..
chưa trật chìa, chưa phá bất kể!"

có dịp túm dâu bể
la toáng xoay luôn thể nằm chống
cửa, chặn các cầu cống
mở miệng liền thông ống chôn xác
..mất vốn liếng chẳng khác
mất tổ, cáu tiết phát rào chắn(!)

giơ nắm đấm(!) bắng nhắng
đánh tiếng cực sâu lắng hóa giải
miệng giếng thùm thụp cãi
chỉ muốn chặt, bụp ải phi thực
đếch còn chụp, bắt vực
thẳm-đỏ, tôi nhá, cực chẳng đã!
..

thì ra trong tay tôi
là một dúm chữ chết.

về ăn, chuyện ầm lên
thằng đàn ông hoang rên tối/ngày
mở lớp văn hóa, dạy
mắt nhắm tịt quì lạy truyền thống..

tôi hoài nghi khoảng trống
có thứ mùi, không giống chuồng bò
cô vợ rị mọ, ngó
chầm chầm xuống đất, bó mộng lại

và để lửa quằn quại
thằng đàn ông, đổ tại chiên máu
lấn cấn cứ chỗ đau
do nuốt nhiều tấm áo cũ, rách..

dời, đổi-riết hết cách
rùa, cô vợ cặp nách một giỏ
tiếng tí tách cực rõ
vọng từ tâm, bực bỏ tôi đi..

cực lòng "xoẹt xoẹt" ghi
-có hai con quạ lì, nhây nhây
tôi đứng dưới lầu thấy
mù mịt khói, nát bấy chân tướng

của cái mông béo, hường
tôi định hướng, nó trườn la, hét
làm mớ dĩ vãng thét
phải nhổ lông nheo, nhét đáy tủ..

khỏi hẳn mọi thâm thù
thằng đàn ông tự thú-đợi chết
chẳng gì ầm ĩ hết..
chỉ một vòng nối kết sinh-tử..

hiện còn mồm "ư ử"
thằng đàn ông bỉ thử nồi cơm
kiểm tra cửa sớm hôm
chạng vạng vẫn chưa chớm, cứ hóng..
..

tôi cho lời ầm lên.

với tóc trắng, bên cồn
và lịch sử hớp hồn tháng Chín
người đồng loạt cân, nín
xớ rớ, chỉ biết dính vào họa..
nền nhà sụp, bão hòa
tôi đặp cửa, mắt lóa vì bụi..

phận số lại lụi hụi
đứt đoạn, khiến ngậm ngùi, những tưởng
các sự cố, tận ngưỡng
đã hư không, vất vưởng "dumpass."

tình huống cảnh bắt xác
đành sao em? thối thác được gì..
tôi còn rộng họng, hí
thì đừng hòng của thí-mọi thứ
ném qua cửa "hấm hứ"
banh mắt ra xem, ứ sự tình..

tôi phát giác, bị dính
vào chỗ tụi lính kính chơi bời
lại thấy, đang chấp chới
giữa cái bô vừa mới định đề..

đặt để kín bốn bề
..tôi không quên tư thế thò cổ
xem trên sào gà mổ
cực ầm ĩ, rõ khổ-ở đây
thắp đèn vận áo giấy
kéo thuyền giấy, ôm lấy chung cuộc..

người, ai nấy một duộc
méo miệng định hình, thuộc về nhau
tiếng tôi, tiếng đau đáu
nửa như mê, nửa xông xáo-hỏi..
..

tôi đi theo người đàn bà cuối cùng, vượt biên.

bưng bùa mộng, em đi
bỏ dưới tà dương chi chít sầu
-ôi, ai, tận đẩu đâu
ca khúc hát “giữa cầu than thân
trách kiếp” miết, dần lân
mỗi chuyện xáp, kề gần đôi co..

người lẫn nheo nhóc, dò
cốt ra cảnh vô lo khêu đèn
sáng lên-túm chữ lèn
xuống bản họng, thổi kèn đưa ma
..điều muốn nói-quả là
ối, cũng chỉ mây và khói thôi..

trầm luân một chương hồi
vào tuyệt lộ còn trôi vật vờ
nghi ngút bên đường thơ
gió mười hướng cuốn cờ tru di
..gây oán chuốc thù vì
nọ nay cứ cấp kì đổ lên

mọi bằng chứng khác, rên
hứa mọi cách sẽ quên sơn hào
hải vị, nghĩ kiểu gào
mang hiệu quả sát sao, mới ngừng
danh từ/túc từ, dưng
đặt để, chả cần mừng qui mô..

số "mồ quả canh cô"
tôi chạy tang xí xồ tháng/năm
lịch sử rùa, khỉ-nằm
cũng đuổi kịp quẻ xăm, diễn từ
vọng động mối tương tư
sáng tạo nốt phần thư, thổi phồng..

bá láp-ối, cất công
tôi dòm xa bao đồng vẫy tay
dân chủ cả độc tài
đoàn kết rối ren-may, giải hòa
bày nguyên mâm "loa loa"
ở phương diện ai lòa? đứng riêng..

thơ, lúc trò chuyện cùng thiếu nữ làm công lau dọn ở phòng giặt đồ.

nói gì đi, em cưng
cha tôi sống bất ưng tới ngày
đổ xuống, mối thương vay
còn thít hai bàn tay rộp, phồng..
dường trên dốc cầu bông
bà lão nhặt lon gồng trĩu lưng
hai đầu gánh vô chừng
nom cội rễ không dưng buột ràng
vào kết cục nghe van
"ông làm ơn chẳng màng dùm tôi
chỉ là công việc thôi
những việc ở đây, rồi trôi qua.."

nhồm nhoàm thèm thứ hoa
có hương lẫn điêu ngoa hợt hời
cầm chiếc bánh quy mời
người đàn bà đi trời chuyển mưa
..lãng nhách, tôi còn chưa
sáp lại gần đẩy đưa, thử thời..
..

gần hết tháng chín.

ai hát "ủ rũ ca"
bằng chất giọng quỉ ma cực kì
nghe một lúc, đổ lì
khóc sướt mướt đòi ghì hư vô(!)
-ối, ai tai .. ô hô
đường đất, lũ mả mồ "chen vai
thít cánh"mọc lên ngay
và liền-bất kể ngày hay đêm
cứ hàng hàng, dài thêm
ai ngó, cam đoan mềm ruột gan
"ủ rũ ca" đang lan
rộng ra-ai oán, ràng thê lương

nom tôi, cực khôn lường
bưng hai tai, dọ phương hướng-kề
bình phong nhắm bộn bề
hoa, trái phủ giấc mê cuối đời..
..

lụi hụi hết tháng chín.

thơ, chẳng gì hôm nay
chỉ có tiếng thở dài, của em
cùng thời gian lấm lem
tôi còn biết lèm bèm tía lia
tiện luôn, đứng trật chìa
ngoài dòng chính nọ/kia với tình..

có tiếng rên rỉ, rình
lơ mơ-quái dị, nhìn thất kinh
ai đó? đang hỏi, xin
chút ân nghĩa làm tin ra tuồng
thở "phì phì" rẫy ruồng
tôi lún xuống, phía truông nổi sầu..

rốt cùng chạy, bưng đầu
mặt trời leo lét, xâu chuỗi lời
miệng lọ nồi tróc, rơi
trên kinh Vĩnh Tế trời rất xanh
như đâm nhánh trổ cành
Thạch Sanh vốn lòng lành em ơi..

em cầm phiễu ra phơi
mùa nóng, rát-rất đời thường tôi
thò chân khỏi chỗ ngồi
phía núi Tà Lơn, tôi-ước thề
càng lớn càng máu, mê
ngưng mài dao-ối bề bộn thơ..

dễ dầu tìm được mơ
cởi áo vắt vai chờ, hồi lâu
lật qua lật lại, cầu
nhiều người thoát nỗi sầu, nhớ ra
ôi, một thời kêu ca
đến nay hà huống cà, cạch nhau..
..

thơ của tôi.

ồi-thơ cũ nữa rồi
âm binh hóa chữ ngồi dưới chân
chúng ngoác mồm mình trần
"u u/mê mê" lần sóng lưng
tính bước thêm, bỗng-dưng
hô "chết!" vội, tôi trừng mắt lên
ngó đọt cây, cũng rên
người thợ săn cọp bên "đồ" gàn..

chả hiểu? như không đang..
ngồi giữa tiếng song lang đoạn đành
vai thì vác chiếu manh
vừa thôi nôi, liền nanh nọc dòm
trời/đất, dạng lom khom
..đếm sáu tấm ván hòm đủ chưa ?
hốt nhiên, các gái mưa
đú-đồng loạt từng lứa banh chành

bừa phứa ra thâu canh
đời người-đời chữ giành quỉ ma
thiên hình vạn trạng là
khôn kham, hàm răng đà rớt ra
khỏi hàm, nhờ cháo hoa
em nấu, hiện bão hòa hết trơn
dọn bàn thiêng tôi mơn
đám thợ thơ, phát hờn gay go..

hỏi han về chiêu trò
vẽ đường nước con đò tận vong
mặt tươi vuốt mơ mòng
người đâu? đưa đầu tròng kim cô
nhầm tôi, họ đổ hô
kẻ đánh lận tiền đồ thủ thân..
ối dồi, thực bứt gân
tên, tuổi chưa chi lần hụt hơi.
..

bài ngũ/thất hôm nay.

vò đầu, tôi thu lu
ngồi trên biển bóng thù lù, mơ
cõi buồn chung hoang sơ
nỗi riêng tây lặp lờ nghĩ đi
nghĩ lại chả có gì
mà qua sông cấp kì bật rung..

chòng chành cây sào chùng
cong vòng, con nhện tung hỏa mù
ối mịt mùng.. mùa thu
tơ tóc nhả lời ru hiện tồn
muôn năm một mảnh hồn
vỡ, nói chung sông côn bạc đầu..

tôi diễn với mối sầu
đời tận cùng cơ cầu nghiệt oan
múa may cảnh áo choàng
trào lộng mặt rỗ loang máu đào
ngậm chữ mồm đỏ au
người nam man ấy cào thịt, da..
cười khóc trăm trận ta
thương đau, chạy quá đà khôn kham
trong thiên cổ làm xàm
cuống nhao quấn vòng lam, nhị trùng
ta bà-tôi riêng/chung
tấm thân "sắc sắc" cùng "không không"

ngồi xuống luôn tuồng, bồng
xôi oản về giật bông, đáp đền
tôi định thần cũng rên
thành, ở thất sơn rền tiếng ma
cứ cuối chiều kêu ca
thiên/địa linh linh mà thất nhơn!
..

nhớ mẹ quá!

đè cọng dây mùa thu
xé rào làm sưng vù chỗ đau
đảo mắt, ngó-ôi chao
bóng tôi-bóng nhạn, vào hoang liêu
gọi giật giọng bao chiều
hợp lưu-giỗ đôi điều nghe chưa..
kho cá khô đẩy đưa
thuở ấy, hở chút cưa cẩm, cầm
hai quai đồng chiếc mâm
thắp nhang cho cháy "âm điệu, buồn"
thấy bảy nhà sư, luôn
rung giò, ru mẹ nguồn cân đo
đong đếm, thực khó dò
khúc nôi nhắc, đoán mò phận tôi

đời cút côi-ôi dồi
hở chút kể, mím môi nói "hờn"
tháng Chín này bôi trơn
bình dân học vụ cơn cớ đòi
e mang con, mất toi
bỏ trường kỉ coi mòi tôi đi
khỏi xứ, quả lâm li
ngày giờ mặt lầm lì biếng ăn
sống gần trên mặt bằng
nói "nhìn nước, thấy căng cực kì.."

chả biết lí do gì
ôm chặt tấm bia, tì bàn thiêng
còn làm vẻ điên điên
hô hoán loạn, vung tiền khoe khoang
cớ gì cơ đồ toang
ối-khi nào hồng hoang bội thề..
..

MỤC LỤC

www.ingramcontent.com/pod-product-compliance
Lightning Source LLC
LaVergne TN
LVHW060122051026
849517LV00007B/2373

* 9 7 9 8 3 3 0 4 4 6 3 5 3 *